ശാലിമ സച്ചിൻ

1992 ഒക്ടോബർ 13ന് തിരൂരിൽ ജനനം.
അച്ഛൻ: സച്ചിദാനന്ദൻ, അമ്മ: പ്രിയ, ഭർത്താവ്: വൈശാഖ്.
സിവിൽ എഞ്ചിനീയർ ബിരുദത്തിനു ശേഷം മൂന്ന് വർഷമായി ദുബായിൽ ജോലി ചെയ്യുന്നു. ആദ്യ കവിത വേർപാട് (നാൽപതു കുട്ടികളുടെ നാൽപതു കവിതകൾ)

Malayalam Language
Swapnagraham
(Poems)
by
Salima Sachin

♦

Published in October 2022
by Kairali Books Private Limited
Thalikkavu Road, Kannur.
Ph : 0497-2761200
E-Mail : kairalibooksknr@gmail.com

♦

Cover Design
Prasanth Mangad

Price ₹ : 120.00
57/22-23/Sl.No.1365/300/NS 18.6
ISBN 978-93-94472-15-0

സ്വപ്നഗ്രഹം

ശാലിമ സച്ചിൻ

കൈരളി ബുക്സ്

ഉള്ളടക്കം

ഇലപിരിയും മുള

സി. രാധാകൃഷ്ണൻ

പുതിയ വടിവും നടയുമായി ഒരു നാമ്പ് കിളിർക്കുന്നു. ഏറെ നടനം ചെയ്യാനുള്ള സാധ്യത പ്രകടമാണ്.

വിളയും വിത്ത് മുളയിൽ അറിയാം എന്ന് പഴയ കൃഷിക്കാർ പറയും. പതിരില്ലാത്തതാണ് ആ പഴഞ്ചൊല്ല്. ഈ മുള ഒരുപാട് തളിർക്കും, പൂവിടും, ഫലിക്കും.

വാക്കിന്റെ നിയതമായ സാമാന്യ അർത്ഥത്തെ മറികടന്ന് ഈ കൃതി ഭാവാവിഷ്കാരങ്ങൾ നടത്തുന്നു. സ്വാഭാവികമായ അക്ഷരബോധം ശരിയായി ഇല്ലാത്ത ഒരാൾക്ക് ഇത് സാധ്യമല്ല. പഠിച്ച് ഉണ്ടാക്കാൻ കഴിയാത്ത പ്രസാദമാണ് കാവ്യരചനയിലെ നൈസർഗികതയുടെ ആത്യന്തികമായ അളവുകോൽ.

മഴയും വെയിലും മഞ്ഞും മുതൽ പുരാണ കഥാപാത്രങ്ങൾ വരെ നവോന്മേഷത്തോടെയുള്ള പുതുഭാവങ്ങൾ വിളയുന്ന ഭൂമികകൾ ആവുന്നു.

ഇണക്കത്തിൽ പിണക്കവും പിണക്കത്തിൽ ഇണക്കവും സമന്വയിച്ചുണ്ടാവുന്നു. രണ്ടും ചേർന്ന് അർദ്ധനാരീശ്വര പ്രകൃതം കൈവരിക്കുന്ന മാസ്മരവിദ്യ.

മലയാളകവിതയിലെ ഈ പുതിയ വിത കലക്കേടും കൊലക്കേടും പറ്റാതെ നൂറു മേനി വിളയട്ടെ.

കവിതയും ഞാനും

എന്റെ വഴിയിൽ നി പുണരാതെ പോയ കാറ്റ് ഇല്ല, മഴ ഇല്ല, നോവില്ല, ആഹ്ലാദാഘോഷനിമിഷങ്ങളില്ല. മാറിമറയുന്ന ചിന്തകളെ പിടിച്ചുകെട്ടി ഇഷ്ടമുള്ള പേരിട്ടു ഞാൻ. ഇരുവരിയിൽ എന്നെ കണ്ണാടിപോൽ ഒപ്പിയെടുത്ത ഒരുപിടി കവിതകൾ.

പ്രണയം

കൈകോർത്തു നിന്നു മാനത്തു
കൈവിടില്ലെന്നു ചൊല്ലി
മാറത്തു ചാഞ്ഞുറങ്ങുമ്പോൾ ഇരുട്ടിലാ-
കാറ്റിനു വേഗത കൂടുന്നുണ്ട്,
മണ്ണെന്നെ മാടി വിളിക്കുന്നുണ്ട്.
ഇണ പിരിയാനാകാത്തവണ്ണം
ആത്മാവിൽ ചേർത്തുനിർത്തി
കരിനിഴലായാ ചടുലമാം ശബ്ദം,
കാതിൽ മുഴങ്ങുമ്പോൾ
ചേർത്തു വെച്ചു;
ഓർമ്മപ്പൂക്കളെ കാത്തുവെച്ചു;
മേഘത്തിൻ മാറിൽ ഒളിച്ചുവെച്ചൊരാ
മഴത്തുള്ളിപോൽ ചേർത്തുപിടിച്ചു.
അറിയാം ഒരിക്കലെന്നെ
തനിച്ചാക്കി പോകുമെന്ന്
മണ്ണിലലിഞ്ഞു ചേരുമെന്ന്

സന്ധ്യ

നിശ്ചലമാണീ സന്ധ്യ
വിടപറയാനാകാത്തവണ്ണം
നിശ്ചലമാണീ സന്ധ്യ!
പിടിച്ചുനിർത്താൻ കഴിയില്ലെന്നറിഞ്ഞു

ചുവന്നു തുടുത്തു കടലിലറിയാത്തൊരാഴം-
തേടിയവൾ!
മറ്റൊരു സ്വപ്നത്തെ ഇഴചേർത്തങ്ങു
മറ്റൊരു ദിനത്തിനായ് നോമ്പുനോറ്റവൾ
ഇരുട്ടിലെന്നും തനിച്ചാണെന്നറിഞ്ഞും,
കടലിന്റെ കൈകോർത്തു മായുന്നവൾ
സുന്ദരമാണാ കാഴ്ച;
സുന്ദരിയാണവൾ!
ചുവന്നുതുടുത്തവൾക്കായ് മുത്തങ്ങളേകി
ഉയർന്നു പറന്നൊരാ കിളികളോടു-
മൗനമേന്തി മറഞ്ഞൊരാ സന്ധ്യ...

കണ്ണനെ കാണാൻ

ഏറെ നേരം നിന്നു ഞാൻ....
കണ്ണനെ കണ്ടു ഞാൻ...
ശ്രീകോവിലിനരികെയെത്തിയാ മാത്രയിൽ
നാരായണനാമം കേൾക്കേ...
മറന്നു ഞാനാ പരിഭവം,
മറന്നു ഞാനാ നൊമ്പരം
ചന്ദനഗന്ധവും, ദീപശിലയും
ശ്രീകോവിലിനകം ശ്രേഷ്ഠം!
മഞ്ഞപ്പട്ടും മയിൽപ്പീലി മഞ്ചാടിയും,
ഉണ്ണിക്കണ്ണനെന്നും ചമഞ്ഞു നിൽപ്പൂ...
ചാരെയണഞ്ഞാലുമെൻ,
കണ്ണു നിറയുന്നതെന്തിനോയെന്നറിയില്ല കണ്ണാ...
കാണണം വീണ്ടും....
മിഴിയൊന്നു നിറയണം വീണ്ടും
ചുറ്റമ്പലത്തിലൊന്നിരിക്കണം,
ചുറ്റിലാ കാഴ്ച കണ്ടു;
കൊതി തീരണം!
ഉണ്ണിക്കണ്ണനെങ്ങും വിളയാടുന്നിടം
മഞ്ചാടി ഉരുളിക്കരികിലും,

കൊടിമരച്ചുവട്ടിലും കണ്ണൻ
മറഞ്ഞിരിപ്പുണ്ട്....
ഇവിടുത്തെ കാറ്റെന്നോടെന്തോ
ചൊല്ലുന്നുണ്ട്....
ഇടക്കെന്നെ തഴുകുന്നുണ്ട്...
കണ്ണാ... നീ കൂടെയുണ്ടെന്നറിവൂ ഞാൻ!!!

സ്വപ്നഗ്രഹം

ഓരോ തുടക്കവും ഒടുക്കവും മണ്ണിൽ!
മണ്ണിനെയറിയാം...
മണ്ണിന്റെ കഥയൊന്നു കേൾക്കാം,
കൊയ്യുന്നതും, വിതയ്ക്കുന്നതും മണ്ണിൽ
സ്വപ്നഗ്രഹം നിൻ കൈക്കുമ്പിളിലല്ലോ!
മഴനീർ തുള്ളികൾ കൊതിച്ചതും,
നിന്നെ പുണരാനല്ലോ!
കുഞ്ഞിളം പുൽക്കൊടിയുമാവാൻ മരങ്ങളും,
മണ്ണിന്റെ മക്കളല്ലോ...
വേരിനെ മാറോടടക്കിയുറങ്ങുന്നതും മണ്ണ്.
പ്രിയന്റെ പേരെഴുതി മന്ദഹസിക്കും
സഖി തൻ രഹസ്യഗ്രന്ഥവും നീയല്ലോ.
കുഞ്ഞിളം പാദത്തെ വരച്ചെടുത്തു
അമ്മ തൻ ചുണ്ടിൽ നിറപുഞ്ചിരിയേകിയതും മണ്ണ്
നീരുറവ കണ്ടതും
നിന്റെ മാറുപിളർന്നല്ലോ!
വാർദ്ധക്യമാർന്നൊരാ കരിയിലയെ
ഇരുകൈനീട്ടി സ്വീകരിച്ചതും മണ്ണ്!
മാനത്തിൽ കണ്ണാടിയും മണ്ണ്!
കലിപൂണ്ടാൽ ചുറ്റിലും കാണുന്നതിനേയങ്ങു
വിഴുങ്ങി ഓടി മറയുന്നതും
മണ്ണിന്റെ പരിഭവമല്ലോ
പരാതിയല്ലോ....
ചലനമറ്റാ മേനി തലചായ്ക്കുന്നതും
നിന്റെ മടിത്തട്ടിൽ.
മറക്കല്ലേ...
നാം എല്ലാം മണ്ണിലലിഞ്ഞു ചേരേണ്ടവർ.

അമ്മ കാത്തിരിപ്പൂ

കൺമണീ.... കൺപാർത്തിരിപ്പൂ..
പൊൻമണീ.... പൊയ്‌വാക്കല്ല!
കാണാമറയത്തു എന്നുദരത്തിൽ
മൊട്ടിട്ട നല്ലാമ്പൽ പൂവേ...
അരികിലീയമ്മ കാതോർത്തിരിപ്പൂ...

വാരങ്ങൾ താണ്ടിയമ്മ കേൾപ്പൂ..
നിൻ കുഞ്ഞുമിടിപ്പ്...
മധുരം കൊണ്ടമ്മ-
വിരുന്നൂട്ടാം...
ഈണമിട്ടു പാട്ടുമൂളാം
കണ്ണു തട്ടാതിരിക്കാനാ-
ക്കാവിലെ ദേവിയ്ക്കു മാല ചാർത്താം!
രാറ്റുമായുമ്പോഴാ-
താരങ്ങളെ കൂട്ടുവിളിക്കാം
കുഞ്ഞിക്കാലുകൊണ്ടെന്നുമെന്നുദരത്തിൽ
ചുവടുവെയ്ക്കേണം..
തെല്ലും വൈകാതെയെൻ ചാരെയണയേണം
കാത്തിരിപ്പൂ അമ്മ
നോക്കി നിൽപ്പൂ ഈ വഴിയേ!

ശാലിമ സച്ചിൻ

പുതുജന്മം

ജന്മങ്ങൾ പലതുണ്ട് ഭൂവിൽ
മർത്യനായ് പിറന്നവരുണ്ട് ഭൂവിൽ
കഠിനമീ ജീവിതം എന്നോർക്കുന്ന-
മർത്യനെയറിയാത്തവർ
അമ്മതൻ ഉദരത്തിലിരുന്നു കേൾക്കുമാ-
സ്ത്രീപുരുഷഭിന്നതകൾ!
താൻ ആരെന്നുമറിയാതെ
അർദ്ധനാരീശ്വര സങ്കൽപ്പങ്ങളെ-
യനശ്വരമാക്കി ജന്മങ്ങൾ...
അതിസുന്ദരിയാണെങ്കിലുമാവുള്ളം
പുരുഷനായതും
അതിസുന്ദരനാണെങ്കിലുമാവുള്ളം കൊതിച്ച,
സ്ത്രീയായതും...
മുറിവേറ്റ വാക്കുകളെ കൈകോർത്തു
നടന്നുനീങ്ങിയായിടനാഴിക..
ഇരുട്ടു സമ്മാനിച്ചു പൊരുതി തീർത്ത ദിനങ്ങൾ!

വർണ്ണമുത്തുകളാൽ കോർത്തൊരാരാമാല-
യണിഞ്ഞ പൊടിമീശക്കാരനെ കാണാം.
മുണ്ടണിഞ്ഞ നെഞ്ചുവിരിച്ചു നടന്ന
കൗമാരക്കാരിയെ കാണാം.
കൂട്ടുകൂടാൻ കൊതിച്ചു ചെന്നെങ്കിലും
കൂട്ടത്തിലെന്നും ഏകയായ ജന്മങ്ങൾ
കാറ്റിനോടു കഥ ചൊല്ലി,
മഴയോട് കിന്നാരം ചൊല്ലി.
സന്ധ്യയുടെ സിന്ദൂരം കൊതിച്ചു നിന്നവർ

താളം മറന്നൊരാ പാട്ടിന്നു-
ചുവടുവെച്ചു തുടങ്ങി...
മിന്നിമറയുന്ന സ്വപ്നങ്ങൾക്കു
നിറം ചാർത്തി...
വിണ്ണിലൊരു കഥമെനഞ്ഞവൾ
ഭൂവിലയച്ച ഈശ്വരനെയോർത്തൊന്നു
മിഴിവാർന്നെഴുതിയതും...
നാളേയ്ക്കുള്ള വരങ്ങളാക്കിയതും
വെട്ടമേകാം മുറിവേറ്റ നെഞ്ചത്തിൽ
മഞ്ഞുപെയ്യും വരെ....
കരുത്തേകാം ഇരുട്ടിലാ ചിന്തകളെ
മണ്ണിട്ടുമൂടുംവരെ..
അതിശയിച്ചീടാം ഈശ്വരസൃഷ്ടികളോർത്ത്

വിട്ടുവീഴ്ചാമനോഭാവം

ലോകമറിയാതെ,
മനുഷ്യനറിയാതെ
തങ്ങളിൽ തന്നെ
ഒതുക്കിയായേടിലെ,
ചിതലുവീണു മാഞ്ഞൊരാ-
വാക്കാണു നീ....
പക ക്രോധത്തെ കൂട്ടുപിടിച്ചു-
തീ കൂട്ടി കത്തിച്ചു നിന്നെ

കാട് കരയുന്നുണ്ട്

അകലെയാ.. കാട് കരയുന്നുണ്ട്
അകലെയാ.. കാട് കരയുന്നുണ്ട്!
കാട്ടിലാ വെട്ടം മായുന്നുണ്ട്
അകലെയാ.. കാട് കരയുന്നുണ്ട്!
മൂർച്ചയേറിയാ കഠാര മേനിയിൽ-
ആഴ്ന്നിറങ്ങുമ്പോഴാ കാട് കരയുന്നുണ്ട്!
വിണ്ണിലെ പച്ച പന്തലിൻ
ഉടലെടുത്തു ചാരമായതും,
ഇളംകാറ്റിന്റെ കുളിരില്ല
ശിരസ്സു വിഴുങ്ങുന്ന തീജ്വാല മാത്രം!
കുയിൽ പാട്ടില്ലയിന്നു
ചിതലരിച്ച വൻമരങ്ങൾ മാത്രം
മണ്ണിൽ മരവിച്ചു കിടപ്പുണ്ട്!
ഏറിയാ താപത്തിലഗ്നിഗോളം
വിഴുങ്ങുന്നതും കാത്തു കിടപ്പുണ്ട്,
കാട് കരയുന്നുണ്ട്....

പഴമകൾ

പാതി വഴിയിലുപേക്ഷിച്ച,
മകളായിരുന്നു പഴമകൾ!
പുതുമകളുടെ ലോകത്തും നമ്മളും
അപ്രത്യക്ഷമാം ആൽത്തറയിലെ
സൗഹൃദ സായാഹ്നങ്ങൾ.
തമ്മിലുരിയാടാതെ തലകുനിച്ചിരുന്നാ
യാന്ത്രിക മനുഷ്യരാണു നമ്മൾ.
പഴമകളെ കൂട്ടുപിടിച്ചു
പുതുമകൾക്കു നിറം ചാർത്താം.
വരും മേടത്തിലാ കണിക്കൊന്നയായ്
ക്ഷണിച്ചിടാം....
വരും ഓണത്തിനൊരു മുക്കുറ്റിയായ്
വിരുന്നു വരുമെന്നു നിനച്ചിടാം.

അവൾക്കായ്

തേടുന്നു ഞാനിന്നും
തേടിവരില്ലയെന്നറിഞ്ഞാലും
തേടുന്നു ഞാനിന്നും....
ചിതകത്തിയെരിഞ്ഞതു,
കണ്ണിനു വിശ്വസനീയമല്ല!
ആർത്തു കരഞ്ഞതും,
ചിത്തത്തിൽ കുറിച്ചതില്ല!
എപ്പോഴോ അവളന്നെ-
തേടി വരാറുണ്ട്
തേടി വരാറുണ്ട്.
വൈകിയാ ഉമ്മറത്തിണ്ണയിലിരിക്കുമാ വേളയി-
ലിളം കാറ്റായ് വന്നെന്നെ മുത്തമേകും....
ഒരുമാത്ര നിന്നെങ്കിൽ നിനക്കായ്
കുറിച്ച വരികളൊന്നുമൂളാം!
ഇനിയും എന്നോടു ചേർന്നിരുന്നെങ്കിലാ-
മിടിപ്പ് ഞാനേകാം!

നീയായിരുന്നു സഖീ
എന്റെ പകലിരവുകൾ....
തനിച്ചാ ഓർമ്മകൾ പെയ്യുമ്പോഴാ
നാദം കേൾക്കുന്നു.
മറുവിളിക്കു കാത്തു നിൽക്കാറില്ല നീ...
മണ്ണായിരുന്നെങ്കിൽ നിന്നേപ്പുണർന്നു
ആയിരം രാവുകൾ കിനാവ് കാണായിരുന്നു!
അല്ലെങ്കിലാ പുൽക്കൊടിയാണെങ്കിലാ
വേരുകൊണ്ടു നിന്റെ മടിത്തട്ടിൽ ചായാമായിരുന്നു!
യാത്ര പോകേണം
വഴിമദ്ധ്യേ നിന്നെയും കൂട്ടി....
യാത്ര പോകേണം!

മുറ്റത്തെ മാവ്

കുടമെനഞ്ഞു നിൽപ്പൂ
മുറ്റത്തെ കടുമാങ്ങ
കടം തന്ന മുത്തശ്ശൻ മാവ്!
വെറുതെ പായുമീ അണ്ണാനു
മാമ്പഴമേകിയും
ഇലകൾക്കിടയിലാ വലകെട്ടി
താമസമാക്കിയാ ചിലന്തിയും
കൂട്ടത്തിലെപ്പോഴും പാട്ടുമൂളാനാ-
പുള്ളിക്കുയിലും വിരുന്നു വരുന്നിടം
ഉണ്ണികൾക്കു രസിച്ചു കളിച്ചിടാനീ-
തണൽ പന്തലെന്നുമുണ്ട്!

പ്രളയക്കാഴ്ച

ആർത്തു അട്ടഹസിപ്പൂ
വിണ്ണിന്റെ പുത്രിയാം മഴ
ആർത്തട്ടഹസിപ്പൂ....
കാടു താണ്ടി കുന്നുതാണ്ടി
ചടുല നൃത്തമാടി

കുതിച്ചു പൊങ്ങുമാ തിരമാലകളോടു
മത്സരിച്ചങ്ങു താണ്ഡവമാടിയവൾ
കാറ്റിനെയും കടലിനെയും
ക്ഷുഭിതയാക്കി മാറിനിന്നവളട്ടഹസിപ്പൂ!!
പുഴ നിറഞ്ഞൊഴുകിയാകൂര-
വിഴുങ്ങി ദിശയറിയാതൊഴുകി!
പകലിരവുകളറിയാതെ;
ഓടി കളിക്കാനാകാതെ
നാടു കേണിടാം...
മതമില്ല, കുലമില്ല
ജീവനു തമ്മിലാ കൈകോർത്ത ദിനങ്ങൾ!
നോവു തീർത്ത കാഴ്ച്ചകൾ,
നോക്കി നിൽക്കാനാകില്ല!
നനവാർന്ന മിഴികളും
ഇടറിയാ വാക്കുകൾ മാത്രം ബാക്കി
കനിവാർന്ന കരങ്ങൾ
വരമായി തീർത്തു.
പ്രകൃതിയോടു പരിഭവം
നിന്റെ കുസൃതിയിലൊടുങ്ങി ജീവൻ.

വിരിയാക്കിനാവ്

ഇനിയുമെനിക്കാകുമോ
നല്ലോർമ്മ തന്ന ബാല്യം പുണരാൻ..
അമ്മച്ചിറകിൽ കുഞ്ഞിക്കിളിയായി-
വാഴ്ന്നൊരാ കാലം....
ഒത്തിരിയാശകളൊന്നുമില്ല,
ഇത്തിരി നല്ലുരുള ഊട്ടിയമ്മ അരികിൽവേണം
യാത്രകളൊന്നും പോകേണ്ട,
അമ്മതൻ വിരൽത്തുമ്പിൽ തൂങ്ങി
പാടവരമ്പത്തൊന്നു നടക്കണം!
ഇനിയുമാ കുളിർക്കാറ്റെന്നെ പുണരണം.

തെരുവിന്റെ മക്കൾ

കടം തന്ന കടത്തിണ്ണമേൽ
കട്ടുറുമ്പിന്റെ കടി കൊണ്ടും
മയങ്ങുന്നു ചിലർ...
ചിതറിവീഴും മഴത്തുള്ളികളാ
ചിതലരിച്ച ദേഹത്തു മാത്രം
ചിന്തകൾ തെല്ലുമില്ലാതെയാ
കടതിണ്ണയിലന്തിയുറങ്ങുന്നവർ
രുചിയേറും അന്നം ആശിച്ചതല്ല;
വിശപ്പെന്ന വികാരം മാത്രം!
ഇട്ടുടുക്കാൻ എണ്ണമറ്റ വസ്ത്രങ്ങൾ വേണ്ട;
ഇരുട്ടിലാ മഞ്ഞിൻ കുളിരടക്കാൻ ഒന്നു മാത്രം
മധുരമൂറും പാനീയങ്ങളൊന്നും വേണ്ട
മതിയടങ്ങോളം വറ്റാത്ത നീരുറവ മാത്രം
തെരുവു മാത്രമവരെ മാറോടു ചേർക്കുന്നു
പേരുമൂരും ചോദിക്കാതെയാ-
മണ്ണിലിടം കൊടുക്കുന്നു.
കാക്കകൾ, അലയുന്ന പശുക്കൾ, നായകളെല്ലാം
സായാഹ്ന സൗഹൃദങ്ങൾ
മനുഷ്യനാണെന്നു ഭേദങ്ങളില്ല
ജീവജാലങ്ങളെല്ലാം ഒരുമിച്ചൊരിടം
തെരുവിന്റെ മക്കൾ തലചായ്ക്കുന്നിടം!

മഴപ്പാട്ട്

ആർത്തുപെയ്യുമീ മഴയ്ക്കു കൂട്ടായ്-
തവള പാട്ടുമൂളാം....
കൂടെ പാടാനായാപ്പാടവരമ്പത്തെ
തവള കുഞ്ഞുങ്ങളുണ്ട്...
ചിമ്മിണിക്കരികിലിരുന്നു മുത്തശ്ശി
തലയാട്ടി കൈതട്ടി-
കൂടെ കൂടുന്നുണ്ട്.

അച്ഛൻ

ചുട്ടുപൊള്ളുമീ പാതയോരത്തെ;
തലയുയർത്തി നിൽക്കുമാ-
വൻമരമാണെന്റെയച്ഛൻ!
ചൂടണഞ്ഞു വഴിമറന്നൊരാ രാവിലെ
നിലാവാണെന്റെ അച്ഛൻ!
കാറ്റണയ്ക്കാൻ നോക്കിയാ-
ദീപനാളത്തിനു കാവലാണെന്റെ അച്ഛൻ!
കണ്ണീരു തെല്ലും കണ്ടതില്ലയിതുവരെ-
യെന്നാലും ഭാരങ്ങളേറെയേന്തിയാ-
ചുമലിലും തലചായ്ക്കാനിടം
തന്നതും അച്ഛൻ!
കലത്തിൽ വേവുന്ന ചോറും-
അച്ഛനേകിയ സമ്മാനങ്ങളായിരിക്കാനെനിക്കിഷ്ടം!
പകരമില്ലാ സ്നേഹത്തിനുറവിടം അച്ഛൻ!
എനിക്കായ് തളർന്നതും,
വിയർത്തതുമായ ഒരേയൊരു മനുഷ്യൻ-
അച്ഛനല്ലോ!!!

നിശബ്ദമാം കരുതലിൻ,
ധീരമായി വളർന്നു ഞാനാ-
വൻമരത്തിനു പകരമാകാൻ!

പ്രണയലേഖനം

തോരാതെ പെയ്യുമീ മഴയത്തു
കുടയായ് ഞാൻ വന്നിടാം.
ഈ ഗ്രീഷ്മത്തിലെങ്കിലും,
നിന്റെ വഴിയിലെ
തണൽ മരമായിടാം...
കൂടണയുമീ സന്ധ്യയിൽ
കടവത്തെ തോണിയിൽ
കാത്തിരിക്കാം...
അക്കരെ ചെല്ലാം...
കൈകോർത്തിരിക്കാം!
മാനത്തു മിന്നുമീ നക്ഷത്രം-
കൊണ്ടൊരാ മൂക്കുത്തി പണിയാം!
മുറ്റത്തെ മുല്ല കോർത്തു ഞാനാ-
വാർമുടിയിൽ ചൂടിക്കാം...
കണ്ണു നിറയാതെ; നെഞ്ചത്തു-
ചായാനൊരിടം തരാം....
കണ്ണടയോളം കൂട്ടിരിക്കാം....

നിലാവ്

കിനാവിന് വെട്ടമേകിയാ-
നിലാവേ
കണ്ണുചിമ്മുമാ-
താരങ്ങളോടൊരു
കഥ പറയാം.
ഇളം കാറ്റിൻ
ചുവടുവെക്കുമീ-
പൂക്കളോടൊരു പാട്ട് മേളം
പോരൂ കൂടെ
പുലരുവോളം നോക്കിയിരിക്കാം.

വെളിച്ചം തേടി

നെഞ്ചിലേറ്റ മുറിവിന്നാഴം
ഇരുട്ടിലാ കണ്ണിനോടു ചൊല്ലി.
എനിക്കറിയാ നോവീനെഞ്ചത്തില്ലെന്നു
ചൊല്ലി; മിഴിവാർന്നൊഴുകി
മിഴി നിറയാതെ കൂട്ടിരിക്കാമെന്നാ-
മറവി പിറവികൊള്ളും
നോവും ഓർമ്മയാകും.
ഇരുട്ടിലാവെളിച്ചം അകലും പോലാ-
വിണ്ണിന്റെ നിശബ്ദമാം
മടിത്തട്ടിൽ മയങ്ങി മയങ്ങി
മറയുമാ നെഞ്ചം
വെട്ടം തേടിയലയുമെന്നും!

ഈ യാത്ര

ഇരുട്ടിന്റെ മറപറ്റി വരുമീ നിദ്ര
സ്വപ്നങ്ങളിലേയ്ക്കുള്ള യാത്രയായിരുന്നു!
സ്വപ്നങ്ങളെ കൂട്ടുപിടിച്ചുണരുമീ-
പുലരി വരങ്ങളായിരുന്നു!
വരങ്ങളെ കൈക്കുമ്പിളിലാക്കി വച്ചൊരാ-
ചുവടുകൾ മോഹങ്ങളായിരുന്നു!
മോഹങ്ങളെ നിറം ചാർത്തിയിപ്പോഴാ-
ദിനങ്ങൾ ഓർമ്മയിലെ വസന്തകാലമായി!
വിണ്ണിലിങ്ങനെ തീർത്തൊരാ കാൽപ്പാടുകൾക്ക്
ഏറെ വരികളുള്ള കാവ്യമാകാം!

വാനം

ശൂന്യമീയാകാശം...
അലതല്ലും കടലിന്റെ-
മുഖചിത്രം!
ചിരിതൂകും ചന്ദ്രപ്രഭ-
തൻ ഉറവിടം!

മഴമാഞ്ഞ മേഘങ്ങൾക്കും
ഒളിക്കാനൊരിടം!
കൂടുതേടും കിളികൾക്കു
വഴികാട്ടി!
അകലേയ്ക്കു മായുമാ സന്ധ്യയ്ക്കും
തലചായ്ക്കാനൊരിടം!
കുതിച്ചുപൊങ്ങുമാ ധൂമം
ലയിച്ചിടാം!
കിനാവു കാണ്മാൻ കൊതിച്ചവനു
നിലാവേകിയാവാനം!

കവിത

ഏകാന്തകളെ വരികളാക്കി
അകലെയെവിടേയോ മറഞ്ഞിരിപ്പുണ്ട്.
രൂപമില്ലാ... മേനിയില്ലാ....
അകലെ അക്ഷരമുത്തുകൊണ്ടൊരിടം!
ഓർമ്മകളെ മഴയായ് പൊഴിച്ചതും
വരികളാക്കി നീ.. കവിത!
വിരഹമാം നഷ്ടപ്രണയത്തിനും
ഇടം നൽകുമീ നീ... കവിത!
കണ്ണോടിച്ചു നോക്കിയാലാ-
രാവു പകലാകന്നതറിയില്ലാ!
തനിച്ചായാ നിമിഷങ്ങളെ
നിറം ചാർത്തിയപ്പോൾ,
പിറവികൊണ്ടാ കവിത!
വെട്ടമില്ലാ രാവിലെ ജനാലയ്ക്കരികിലെ-
കാഴ്ച്ചയും, നാദങ്ങളും കവിത!
കണ്ണാടിപോലെയെന്നെയൊപ്പി, എടുക്കുന്നു കവിത!
നീ കടം തന്ന വരികളാൽ
ഞാനും കുറിക്കട്ടെ ഇരുവരിക്കവിത!

കൂടെയിരിക്കാം

ഒരുമിച്ചുള്ള സായാഹ്നങ്ങൾ
നാളേയ്ക്കു ചൂടാനുള്ള
ഓർമ്മപ്പൂക്കൾ!
ദൂരേ കാണുമീ വർണ്ണക്കാഴ്ചകളൊരി-
ക്കലീ സ്വപ്നക്കൂട്ടിൽ,
വിരുന്നു വന്നേക്കാം!
പറയാതെയറിഞ്ഞ ഓരോ നോവും,
സാക്ഷിയായ സായാഹ്നങ്ങൾ!
തെല്ലും പരിഭവമില്ലാതെ നിൻ
തോളിൽ ചായവേ...
നീയെന്നുമെന്നോടു ചേർന്നേയിരിപ്പൂ-
യെന്നാ നിഴലെന്നെ ഓർമ്മിപ്പിച്ച സന്ധ്യകൾ

മഴ പെയ്തപ്പോൾ

അകലെ നിന്നോടി വന്നാ കാർമേഘം...
ചൊല്ലിയാ നോവ് കേട്ട് വാരി വീണാ-
മഴയ്ക്ക് മൊഴിയാനറിയാത്തതെന്തോ-
കടലിൽ ചേർന്നലയുന്നുണ്ട്!
നീ വന്നു മണ്ണിലലിഞ്ഞപ്പോഴാ-
കുഞ്ഞൻ പുൽക്കൊടിത്തുമ്പൊന്നു,
കണ്ണുമിഴിച്ചു നോക്കി!
വാരി വീഴാം ചിതറിയോടെല്ലേയന്നാ-
പുഴ ചൊല്ലി ഓടി മറഞ്ഞു!
തൊടിയിലാ പ്ലാവിൽ അമ്മക്കിളി-
ചിറകു വിരിച്ചിരിപ്പുണ്ട് കൂട്ടിൽ!
മഴയ്ക്കു മൊഴിയാനറിയാത്തൊരാ രഹസ്യം
മിന്നലാൽ മാനത്തെഴുതിയപ്പോൾ,
ഞാനൊന്ന് കണ്ണുചിമ്മി!
ഒത്തിരി ദൂരം പറന്നകലാനുണ്ടെന്നു ചൊല്ലി,
അകലെയാ ഓലത്തുമ്പിലൊളിച്ചിരിപ്പുണ്ട്
ഈറൻ ചിറകടിച്ചാ പരുന്ത്!
മേൽക്കൂരയില്ലാ വാഴുന്ന ദേവിക്ക്
ഇന്നിതാ പുതുമഴകൊണ്ടൊരഭിഷേകം!
മണ്ണിന്റെ ഗന്ധത്തിലാ-
ഓർമ്മകൾ മൊട്ടിടും പോൽ!
ഞാൻ നോക്കി നിൽക്കേ,
കാർമേഘങ്ങളുടെ കൈപിടിച്ചെങ്ങോട്ടോ
ഓടിമറയുമീ മഴ ഒരു സുഖമാണ്....

ഓർമ്മ

വ്രണപ്പെടുത്താനായ്
മനതാരിൽ മൊട്ടിട്ട മുൾച്ചെടിപോൽ;
ദിനം തോറും വരാണ്ടിവർ!
ക്ഷണിക്കുന്നില്ല ഞാൻ
കുശലം ചോദിക്കുന്നില്ല ഞാൻ
അറിയേണ്ടയെന്നു ചൊല്ലിയാലും
ഓടിമറയുന്നുണ്ട് എപ്പോഴും.

കണ്ണ്

ഈ ലോകമേന്തി നടക്കും
വെള്ളിക്കിണ്ണത്തിലെ-
കറുത്ത വട്ടമേ..
ഏറെ ചെറുതാണെങ്കിലും
ഈ ആയുസ്സിലൊതുങ്ങില്ല
നീ കണ്ട കഥ ചൊല്ലാൻ.
പറയാൻ കൊതിക്കുന്നതും,
പറയാൻ മറന്നതും,
പറഞ്ഞു കൊതിതീരാത്തതും,
അക്ഷരങ്ങളാൽ കോർത്ത-
വരികളില്ല!
നാദങ്ങളില്ല!
നിനക്കു ലിപിയില്ല!
എങ്കിലും നിന്നോളമാരും,
മൊഴിഞ്ഞതില്ല!
വലിഞ്ഞുമുറുകും ഓർമ്മകളെ
കണ്ണീരാൽ കഥ ചൊല്ലി...
ആനന്ദത്തിരയിലാറാടുമ്പോഴാ-
കണ്ണ് നക്ഷത്രമായ്
മാറുന്നതും ഭംഗി...

മെഴുകുതിരി

വെട്ടമേകാം മറ്റൊരു ജീവനു
ഒരുകിയമരാം ശാന്തമീ രാവിൽ
കത്തിയമരാം മറ്റൊരു കണ്ണിൽ
വെട്ടമേകാം..
ഓർക്കാം സ്വപ്നങ്ങളെ
എരിയാം അഗ്നിതൻ ചൂടിൽ
മുഴുവനായങ്ങു വിഴുങ്ങുമോ?
അതോ പാതിയിൽ-
ജീവൻ എരിയുമോ?
വേണ്ടയെനിക്കാ പാതി ജീവൻ
വെട്ടം കാണുമ്പോഴറിഞ്ഞില്ല ഞാനീ വേദന
എറിഞ്ഞുതീരും വരെ അറിയില്ല
ഞാനീ നൊമ്പരം
എന്നെയറിഞ്ഞൊരാ കാറ്റെന്നെ
തൊട്ടു തലോടുന്നുണ്ട്
അണയുന്നില്ല ശിരസ്സിനെ പുണർന്ന
അഗ്നിഗോളം!
ഇരുട്ടിനെ ഭയന്നൊരാ കുഞ്ഞുകൈകളെന്നെ
ചേർത്തു പിടിക്കും
വിട്ടുകൊടുക്കാതെ നോക്കിയിരിപ്പൂ..
അറിയാമായിരുന്നെനിക്ക്
ഇരുട്ടെന്നെ വേട്ടയാടിയെത്തുമെന്ന്!

ബാല്യം

എത്ര സുന്ദരമായിരുന്നാ ബാല്യം
ഈറൻ മിഴികളാൽ
കുഞ്ഞരി പല്ലുകാട്ടി ചിരിക്കാൻ
കഴിഞ്ഞൊരാരാ ബാല്യം
വർണ്ണക്കാഴ്ച്ചകൾ മാത്രം
കണ്ടൊരാരാ ബാല്യം!
സ്നേഹത്തണലിൽ അമ്മക്കൂട്ടിൽ
കുഞ്ഞിക്കിളിയായ് വാഴ്ന്നൊരാരാ ബാല്യം!
അമ്മതൻ വിരൽത്തുമ്പിൽ-
മാത്രം ദൂരങ്ങൾ താണ്ടിയ ദിനങ്ങൾ.
കൊതിച്ചൊരാരാ പൂക്കളെ പുണർന്ന
ചിത്രശലഭങ്ങളെ പോൽ-
സുന്ദരം ബാല്യം...

ആയുസ്സ്

വീണമീട്ടുമീ വിണ്ണിന്റെ മടി-
ത്തട്ടിൽ ചാഞ്ഞുറങ്ങാനോടുന്ന
ആയുസ്സേ...
വിദൂരമല്ലീ യാത്രയെന്നറിവൂ!
വിരഹമാണീ യാത്രയെന്നും!
കാറ്റുകൊണ്ടു മതിയാകുന്നില്ല....
മഴകണ്ടു കൊതിതീരുന്നില്ല...
പുതുമണ്ണിന്റെ മണമൊന്നും മായുന്നില്ല!
ഈ വഴിയോരത്തൊന്നിരിക്കാം,
ഓർമ്മത്താളുകളൊന്നു മറിച്ചുനോക്കാം...
എന്റെ വഴിയിലെ പൂക്കളും, ഇലകളും
പൊഴിഞ്ഞുപോയി
അവരും ആയുസ്സിന്റെ കൂട്ടുപിടിച്ചു
മാഞ്ഞുപോയി.
നന്ദിചൊല്ലാം മണ്ണിനോടും
വിണ്ണിനോടും...
നറുചിരിയോടായുസ്സിന്നു കൂടെയോടാം.

ഭരതൻ

അയോദ്ധ്യ വാഴുന്നൊരാ ധർമ്മരാജൻ
ദശരഥ കൈകേയി പുത്രനിവൻ
വൈകുണ്ഠനാഥനിൽ നിന്നുമീ പാരിലു-
ദിച്ച സൂര്യകിരണമേ കൂപ്പുകൈ...
മാണ്ഡവി തൻ നല്ലപാതി.
ജ്യേഷ്ഠസ്നേഹത്തിനുറവിടം
വസിഷ്ഠ മഹർഷിയാൽ നാമകരണം
ഭരതൻ ഭരിക്കാനറിവുള്ളവനെന്നു സാരം!
ധർമ്മപാഠം; ഭരതനിൽനിന്നുളവായ പാഠം,
വസിഷ്ഠൻ ചൊന്നതിനർത്ഥം കാലമീ-
രാമായണയേടുകളിൽ പതിച്ചെടുത്തു!

അമ്മതൻ കപടബുദ്ധിയിലാരാജ്യഭരണം
തനിക്കേകിയറിഞ്ഞ മാത്രയിലാകോപമടക്കി
ജ്യേഷ്ഠനെ തേടി വനത്തിലിറങ്ങി രാജൻ
ചിത്രകൂടാശ്രമം സാക്ഷി ജ്യേഷ്ഠസ്നേഹത്തിനു
കെഞ്ചിയാ രാജൻ തെല്ലുമധികാര മോഹിയല്ലെന്നു
പ്രപഞ്ചം സാക്ഷിയായൊരാ ദിനം
പതിനാലു സംവത്സരം വസിച്ചു
മടങ്ങിയില്ലെങ്കിലാക്ഷണം അഗ്നിപ്രവേശമെന്നും
പ്രതിജ്ഞ ചൊല്ലി മടങ്ങി രാജൻ
രാമസാന്നിദ്ധ്യമില്ല ശൂന്യമിയയോദ്ധ്യാവാസം
ചെങ്കോൽ, കിരീടസിംഹാസനം വെടിഞ്ഞു
ജ്യേഷ്ഠ പാദുകം പൂജ ചെയ്തയോദ്ധ്യ ഭരിച്ച
ശ്രേഷ്ഠനായകനിവൻ!!
ആണ്ടുകൾ കാത്തിരുന്നു ജ്യേഷ്ഠപട്ടാഭിഷേകമൊരുക്കി
ധർമ്മപുത്രൻ, സൂര്യവംശനിവൻ!!

അവതാരോദ്ദേശ്യസിദ്ധി വരിച്ച രാമനു ചേർന്നാ-
സരയുവിലാണ്ടു മൂലരൂപമാം,
വൈകുണ്ഠനാഥനിൽ ശംഖായി ചേർത്തിവൻ!
യുഗംതോറും സ്മരിച്ചിടും
രാജരാജൻ ഭരതനിവൻ.

www.ingramcontent.com/pod-product-compliance
Lightning Source LLC
LaVergne TN
LVHW060153051026
849517LV00007B/2659
9789394472150